DATUM: ______________

SCHREIBE DIE WÖRTER AUF.

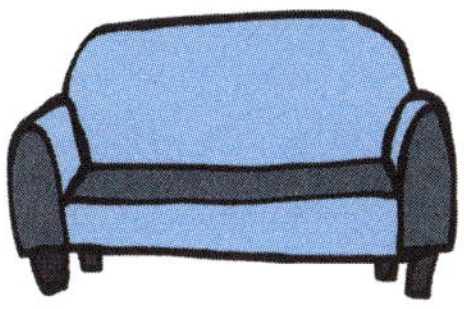

das SOFA ______________

der ______________

das ______________

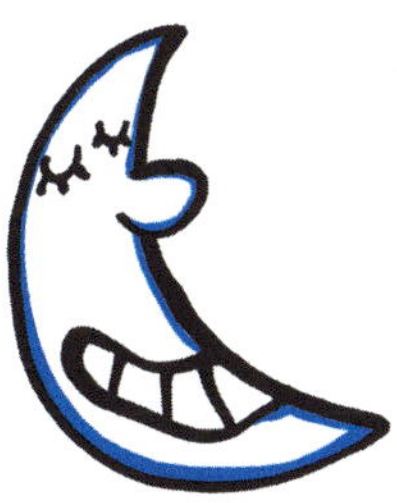

der ______________

DATUM: ______________

SCHREIBE DIE WÖRTER AUF.

der ______________________

das ______________________

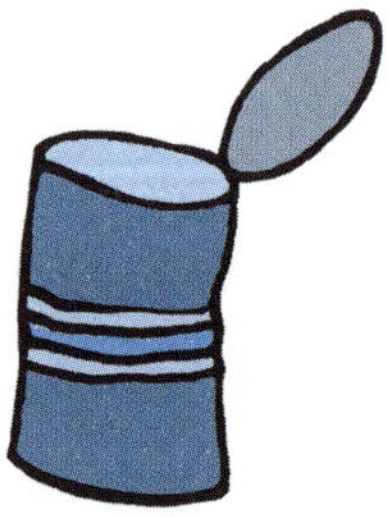

die ______________________

__________________________

SCHREIBE DIE WÖRTER AUF.

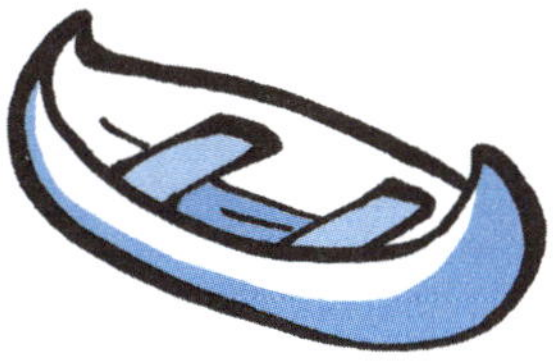

das ____________________

der ____________________

der ____________________

____________________

DATUM: ______________________

SCHREIBE 10 WÖRTER AUF.

die 

der 

1. der PIRAT ______________________

das 

2. ______________________

3. ______________________

der 

4. ______________________

die 

5. ______________________

der 

der 

 das

die 

die 

der 

6. ______________________________

7. ______________________________

das 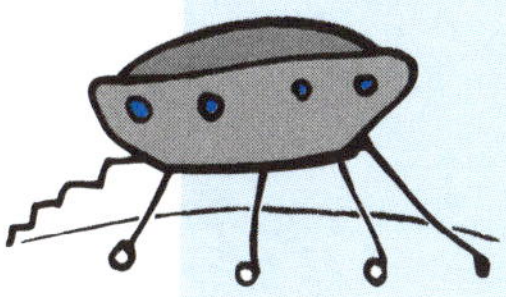

8. ______________________________

9. ______________________________

1

der 

10. ______________________________

die 

der 

der 

DATUM: ____________________

SCHREIBE 4 WÖRTER AUF.

der APFEL

die ____________________

das ____________________

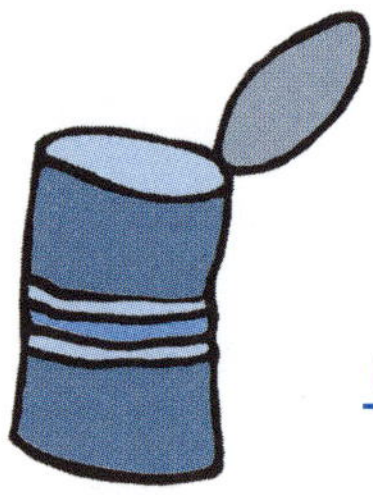

die ____________________

das ____________________

das ____________________

DATUM: ____________

SCHREIBE 5 WÖRTER AUF.

das ____________

die ____________

der ____________

die ____________

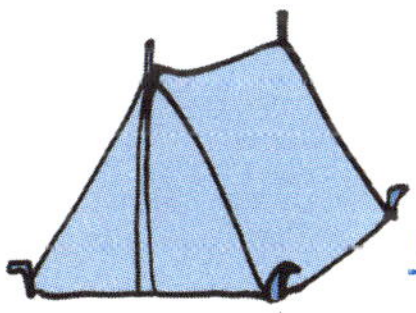

das ____________

die ____________

der ____________

die ____________

DATUM: ____________

SCHREIBE 12  WÖRTER AUF.

der 

1. das AUTO ____________

2. ____________

das 

3. ____________

4. ____________

 der

5. ____________

6. ____________

das 

1

das 

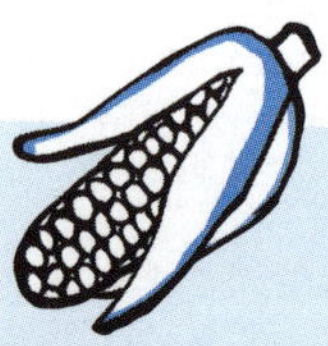 der

der 

DATUM: ____________________

das

die

der

7. ________________________________________

8. ________________________________________

die

9. ________________________________________

10. ________________________________________

der

11. ________________________________________

12. ________________________________________

der

die

die

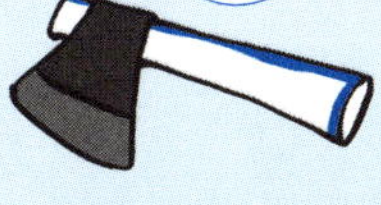

DATUM: ____________

SCHREIBE 8 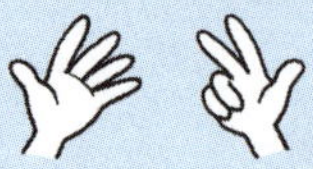 WÖRTER AUF.

 das IGLU  ____________

 der ____________

 die ____________

 der ____________

 das ____________

 der ____________

 der ____________

 das ____________

 der ____________

 der ____________

DATUM: ______________

SCHREIBE 7 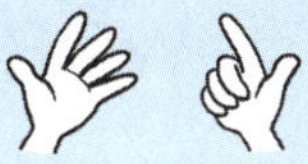 WÖRTER AUF.

 die ______________

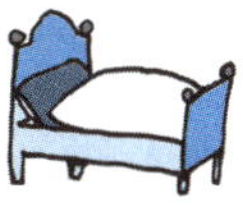 das ______________

 der ______________

 die ______________

 der ______________

 der ______________

 der ______________

 der ______________

 der ______________

 das ______________

DATUM: ______________

SCHREIBE 12  WÖRTER AUF.

der

1. die MÜTZE ______________

2. ______________

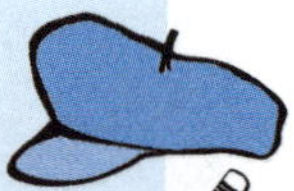

die

1

3. ______________

4. ______________

das

5. ______________

6. ______________

die

das

der

DATUM: ______________

die

der

die
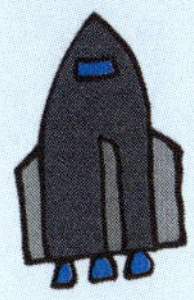

7. ________________________________________

der

8. ________________________________________

9. ________________________________________

das
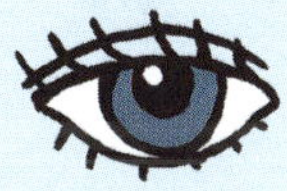

10. ________________________________________

11. ________________________________________

12. ________________________________________

die

die
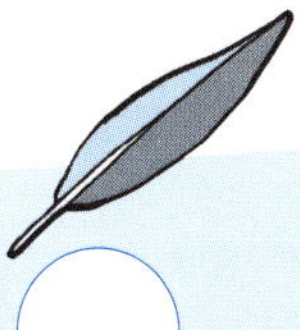

der

DATUM: ______________

SCHREIBE 8 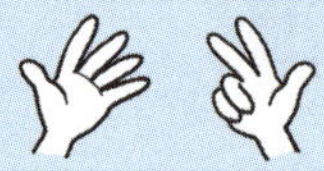 WÖRTER AUF.

 der ELEFANT

 der ______________

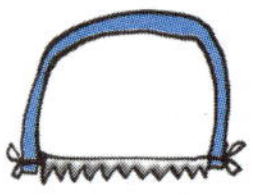 die ______________

 die ______________

 die ______________

 der ______________

 der ______________

 der ______________

 der ______________

DATUM: ____________

SCHREIBE 7 WÖRTER AUF.

die ____________

der ____________

der ____________

das ____________

der ____________

der ____________

der ____________

die ____________

das ____________

DATUM: ______________

SCHREIBE 12 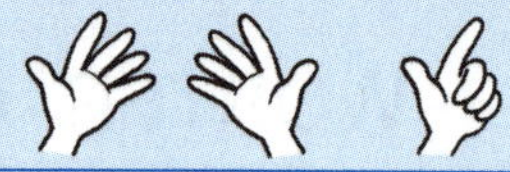 WÖRTER AUF.

das 

1. der RITTER

der 

2. ______________

3. ______________

4. ______________

der 

5. ______________

6. ______________

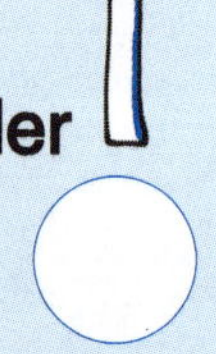 der

der 

 der

1  der

DATUM: ____________________

das

der

der

7. ______________________________

8. ______________________________

9. ______________________________

10. ______________________________

11. ______________________________

12. ______________________________

der

der

der

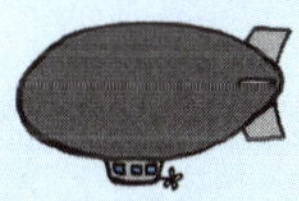

der

die

die

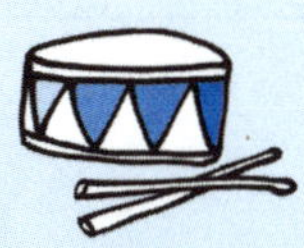

die

DATUM: ____________

SCHREIBE 10 WÖRTER AUF.

die SONNE

der ____________

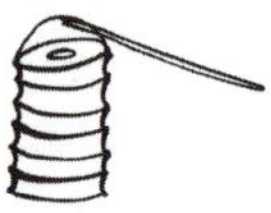
die ____________

der ____________

der ____________

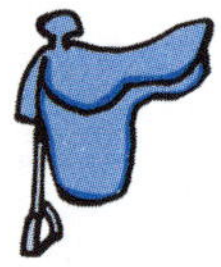
der ____________

die ____________

der ____________

das ____________

das ____________

DATUM: ____________

SCHREIBE 9 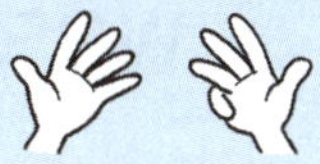 WÖRTER AUF.

 der ____________

 die ____________

 der ____________

 der ____________

 der ____________

 der ____________

 das ____________

 das ____________

 der ____________

 die ____________

DATUM: ______________

SCHREIBE 12 WÖRTER AUF.

das

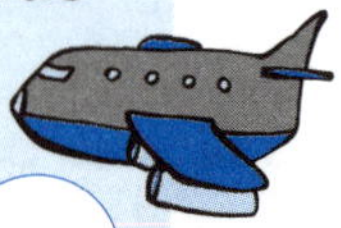

1. der PANDA ______________

2. ______________

die

3. ______________

4. ______________

die

5. ______________

6. ______________

das

die

der

das

DATUM: ______________

das 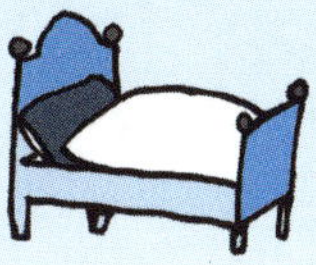

die 

das 

7. ______________________________

der 

8. ______________________________

9. ______________________________

 der

10. ______________________________

der 

11. ______________________________

12. ______________________________

die 

 1 der

 die

der 

DATUM: ______________

SCHREIBE 11  WÖRTER AUF.

 die LUPE 

 das

 die

 der

 der

 der

 der

 die

 die

 der

 der

 der

 der

 der

DATUM: ____________

SCHREIBE **13** WÖRTER AUF.

 der ____________

 die ____________

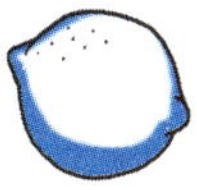 die ____________

 der ____________

 die ____________

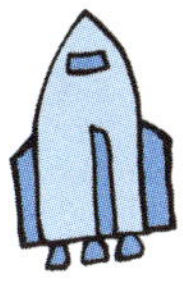 die ____________

 das ____________

 die ____________

 die ____________

 der ____________

 das ____________

 die ____________

 der ____________

 das ____________

DATUM: ____________________

SCHREIBE 20 WÖRTER AUF.

1. der FERNSEHER ____________________

2. ____________________

3. ____________________

4. ____________________

5. ____________________

6. ____________________

7. ____________________

8. ____________________

9. ____________________

10. ____________________

der

das

der

der

der

der

das

das

die

DATUM: ______________________

der 

der 

der 

das 

11. ______________________________________

12. ______________________________________

13. ______________________________________

14. ______________________________________

15. ______________________________________

16. ______________________________________

17. ______________________________________

18. ______________________________________

19. ______________________________________

20. ______________________________________

das 

die 

der 

das 

der 

 das

der 

das 

das 

SCHREIBE 10 TIER-WÖRTER AUF.

der ADLER

der

die

der

der

das

das

die

der

die

die

die

der

der

der

DATUM: ______________

SCHREIBE 13 TIER-WÖRTER AUF.

der ______________

die ______________

die ______________

die ______________

der ______________

der ______________

der ______________

das ______________

der ______________

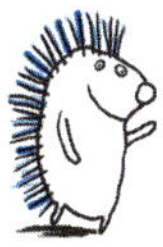
der ______________

der ______________

das ______________

das ______________

der ______________

das ______________

das ______________

SCHREIBE 15 TIER-WÖRTER AUF.

 der LÖWE ____________

 der ____________

 der ____________

 der ____________

 der ____________

 das ____________

 die ____________

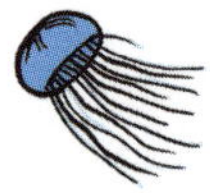 die ____________

 die ____________

 der ____________

 das ____________

 die ____________

 der ____________

 der ____________

 die ____________

DATUM: ____________

SCHREIBE 11 TIER-WÖRTER AUF.

 die ____________

 der ____________

 das ____________

 der ____________

 der ____________

 der ____________

 der ____________

 der ____________

 die ____________

 die ____________

 der ____________

 der ____________

 das ____________________________

 der ____________________________

 der ____________________________

DATUM: ______________

## MEINE LIEBLINGSWÖRTER

das PONY

der TRICERATOPS

der GAMEBOY

DATUM: ____________________

DATUM: ______________

## DAS SCHMECKT MIR!

die SCHOKOLADE

der FISCH

die NUDELN

## WAS KANN SCHWIMMEN?

ein SCHIFF

ein FISCH

ein KORKEN

DATUM: ______________

WAS KANN FAHREN?

ein AUTO

eine LOKOMOTIVE

ein ROLLER

DATUM: ____________

## WAS KANN FLIEGEN?

eine BIENE

ein VOGEL

ein FALLSCHIRM

DATUM: ______________________

## WAS PASST IN DEINE HOSEN-TASCHE?

ein REGENWURM

ein TASCHENTUCH

eine MAUS

DATUM: ____________

WAS IST GRÖßER ALS EIN TISCH?

ein HAUS

ein BAUM

eine GIRAFFE

DATUM: ____________

WAS HAST DU HEUTE AN?

ein Paar STIEFEL

eine MÜTZE

einen PULLOVER

DATUM: ______________

## WAS GEHÖRT ZU DEINEM KÖRPER?

eine NASE

zehn FINGERNÄGEL

zwei FÜßE

DATUM: ______________

WELCHE PFLANZEN KENNST DU?

DATUM: ____________________

## WELCHE LÄNDER KENNST DU?

DATUM: ____________

WOMIT SPIELST DU GERN?

DATUM: ______________

ICH WÜNSCHE MIR ...

DATUM: ____________

ICH WÄRE GERNE ...

DATUM: ______________

## WAS FRESSEN TIERE?

DATUM: ____________________

## HEXEN-WÖRTER

DATUM: ______

DATUM: ______________

SO SEHE ICH AUS